பாதச்சிறகுகள்

கலைபரமேஷ்

aelay
publish

aelay
publish

பாதச்சிறகுகள்
கவிதை
ஆசிரியர் : கலைபரமேஷ் 2023 ©
முதல் பதிப்பு : ஜனவரி 2023
வெளியீடு : ஏலே பதிப்பகம்
5/175, பாத்திமா நகர், கூத்தென்குழி,
திருநெல்வேலி - 627104
தொடர்புக்கு : +91 9944992571

Paathachiragugal
Poetry

First Edition : January 2023
Pages: 82
ISBN : 978-93-5533-567-8
Aelay Publish
Contact : +91 9944992571
Designed by : Aelay publish team

முன்னுரை

கவிதைக்கும் எனக்குமான முதல் தொடர்பு தனிமை தான். எத்தனையோ இரவுகளில் தனிமையை என்னிடமே விட்டுச்சென்றதும் விட்டு விலக்கியதும் கவிதை தான், இலக்கிய உலகின் பெரும் கவிகளின் வரிகளை வாசிக்க தொடங்காத நாட்களிலேயே எனக்குள் அண்ணன் நா.முத்துக்குமாரின் வரிகள் என் வாழ்வோடு பயணிக்கத்தொடங்கியிருந்தது. பெரும் மன அழுத்த காலக்கட்டத்தில் அவர் துணையாக நிறைய தற்கொலை இரவுகளை கடந்து வெளிச்சத்தை இன்று வரை பார்த்துக்கொண்டிருக்கிறேன். பயணங்கள், கடல், முகமறியா மனிதர்கள், எப்பொழுதும் எனக்காகவே காத்துக்கிடக்கும் அந்த மலை உச்சி போன்று எல்லாவற்றையுமே இந்த இயற்கை எனக்காகவே விட்டுவிடுகிறது. பதிலுக்கு பிரியமான மனிதர்களை மட்டும் எடுத்துக்கொண்டு நினைவுகளை இந்த எல்லாவற்றோடும் தேட வைக்கிறது. அப்படியாக தற்கொலை எண்ணங்களை ஒரு கவிதை மாற்றுமா , இந்த இயற்கை நம்மோடு பேசுமா என்றால் நிச்சயம் பேசும். கழுத்தில் சுருக்கு கயிறு நெருக்கிக்கொண்டிருக்கும் பொழுதும் கூட ஒரு பட்டாம்பூச்சி சுருக்கு கயிற்றின் நுணியில் உங்கள் கழுத்தை நெருக்காமல் தடுக்கச்செய்யலாம். நிரந்திரமில்லாத மனிதர்களின் பிரிதல்களின் பொழுதும், தனிமையில் நிறைய மரணங்களை பற்றிய தேடலின் பொழுதும், எனக்குள்ளாக சூழ்ந்துக்கொண்டும் என்னைக்கட்டிக்கொண்டும் இருந்த வெறுமையையும்,

மரண எண்ணங்களையும் ஏதோ ஒரு சூழல் மாற்றியுள்ளது. அதில் கவிதைகள் நிறையவே நிறைந்துள்ளது. அப்படியான ஒரு நேரத்தில் கவிஞர் தக்கை பாபு அவர்களின் கவிதைகள் அதில் மிகவும் முக்கியமானவையாக என் நாட்களில் இருக்கின்றன.

நெருங்கிய நண்பர்களின் மரணத்தை கடந்து வரவும், அம்மாவின் நினைவுகளுக்குள் சிக்கிக்கொள்ளும் பொழுதும் , வெறுமையான வாழ்நாட்களில் என எல்லா சூழல்களுமே என்னை நான் கவிதைதளுக்குள்ளாக வாழ ஆனம்பிக்கிறேன். ஒவ்வொரு கவிதைகளும் அதை உருவாக்கிக்கொள்ளும் பொழுது எழுதுபரின் எண்ணங்களின் வெளிப்பாடு தான்., நம்மை ஒவ்வொரு கவிகளுக்குள்ளும் பொறுத்தி பார்த்துக்கொண்டு அந்த உணர்வுகளை நம்முள்ளே கடத்திக்கொள்வோம். இப்பொழுதும் இந்த கவிதைகள் எல்லாமும் எல்லாருக்கும் நெருக்கம் ஆகிவிடாது தான். அப்படி இருக்க வேண்டும் என்றும் அவசியமுமில்லையே! சிலருக்கு அது வெறும் எழுத்துக்கள் , சிலருக்கு அது தற்கொலை தடுக்க கூடிய பட்டாம்பூச்சியாய் இருக்கலாம் .

என்னை இன்னும் உயிர்ப்போடு வைத்திருக்கும்

இயற்கைக்கும் ! வளர்த்தவளுக்கும் ! பெத்தவளுக்கும் !

வான்கோவிற்க்கும் !

கவிஞர் நா.முத்துக்குமாருக்கும் !

கவிஞர் தக்கை பாபுவிற்கும் !

என்னை நானாக்கியவளுக்கும்

நன்றி

எழுத்தாளர் அஜயன் பாலா அவர்களுக்கும்

எழுத்தாளர் ராசி அழகப்பன் அவர்களுக்கும்

கொடிகளின் அரசியல்

அடுக்குமாடிக் குடியிருப்பின்
மாடித் தோட்டத்தில்
வாப்பாவின் கிழிந்த கைலியின் நிழலிலும்,
ஐயர் மாமா வீசியெறிந்த
பூனூலில் ஏற்றிக் கட்டப்பட்டும்,
மரியா அத்தையின்
மேரி அம்மா சிலையில்
அழகாகப் படர்ந்து கொண்டிருக்கின்றன
பாகற்காய் கொடியும், முடக்கத்தான் கொடியும்.
எந்த வித அரசியலுமின்றி.

கடற்கரைப் பறவைகள்

பிரெஞ்சுக்காரர்கள் விட்டுச்சென்ற
மரங்கள் வெட்டப்பட்டன,
சுனாமிகளாலும் புயல்களாலும்
மீதமிருந்த மரங்களும் கிளைகளும் முறிந்தன
ஆனால் இன்னும்
வித விதமான பறவைகள்
வந்த வண்ணமே இருக்கின்றன
கடற்கரை சுவர்களில் வரை ஓவியங்களாக..

பாப்பியின் உலகம்

சிறு புள்ளிகளெல்லாம்
நட்சத்திரங்களாய் மின்னியது
ஒற்றை கோடுகளுடன்
அவள் உலகில் மனிதர்கள் உயிர்ப்பித்தனர்
பச்சைக்கிளிகள் நீல வண்ணமாகப்
பிறவி எடுத்தன
மழை தராத மேகங்கள்
மழலை எச்சிலின் சாரல் மழையில் நனைந்தன
அவளது உலகில் எல்லாமும் வழக்கத்திற்கு மாறான
வண்ணமாக இருந்தது
அதில் நானும் புது வண்ணமாகப் பிறவி
எடுத்துக்கொண்டேன்
பஞ்சு மேக முடிகளால் என் முகத்தைத் தடவி
மழலை எச்சில் பதிய சாரலில்
ஒரு முத்தமிட்டாள் தேவதை பாப்பி....

நினைவுகளின் ஆவியும் கடலும்

கடலிடம், என் கதைகளைச் சொல்லி அழுது
பல நாட்கள் கடந்ததாயிற்று.
என் நினைவுகளைக் கடலுக்கு நினைவுப்படுத்தி
கொஞ்சம் ஆறுதல் தேட
சுயநலத்துடன் சென்றேன்..
ஒரு வழியாக,
கடைசியாய் பேசி அழுத இடத்தை
தேடி அலைந்து கண்டுபிடித்ததாயிற்று !
கடல் கொஞ்சம் மேலேறியபடி இருந்தது.
அந்த இடத்தில் முன்னமே
நினைவுகளை இறக்கிவைத்து,
யாரோ அழுத படி இருந்தார்கள்....
சற்று விலகிப் பார்த்து கொண்டேன்,
நினைவுகள் எல்லா மனிதக் கூட்டுக்குள்ளும்
ஆவியாக இருந்தபடியே வாழ்கிறது!

கடல் பல ஆவிகளின் உலகமாக மாறிப்போய் இருந்தது !
கடலில் கால் நனைத்து
என் ஆவியை ஆறுதல் படுத்தி,
நடக்க ஆரம்பித்தேன்.
அழுதபடி இருந்த நினைவின் ஆவி,
என் கழுத்தின் மீது ஏறி அமர்ந்து கொண்டு
கடலைவிட்டு விலகவிடாமல் என் கண்களை
மூடிக்கொண்டது.
கண்கள் திறக்கப்படாமலேயே,
கடலில் வாழும் பல ஆவிகளில் ஒன்றாக
நானும் என் நினைவுகளின் ஆவியும்
தஞ்சமடைந்து கொண்டோம்.

பொன்வண்டின் ஓர் இரவு

சிறு புற்களும் காடுகளாகின்றன,
இரவுகளை அதன் வண்ணங்களால் அலங்கரிக்க,
ரீங்காரமாய் இரவுகளுடன் பேசிக்கொண்டிருக்கிறேன்,
எனக்காக என்னுடன் பேச பெரும் காட்டினுள்
வீசப்பட்ட ஓர் அசைவற்ற உடல் கிடக்கிறது...
சட்டென்று என் ரீங்காரத்தை நிறுத்தி பக்கத்தில் சென்றேன்,
கைகள் இழந்து உடல் மெல்ல அசையக் கிடக்கிறது!
என்னால் முடிந்த வரை முயற்சித்தேன் என் ரீங்காரம்
எழுப்பவில்லை!
மாறாக காதுகளில் ஏதோ ஏதோ பேசினேன் ,
திடீரென ஏதோ என்னை அடிக்க
என் கண்களில் லேசாகத் தெரிந்தது ,
அது அவன் தான் ,
என் ரீங்காரத்தால் நினைவுத்திரும்பி ,
என்னை மரணத்தின் வாசலில் நிறுத்தியவன்
இனி யாரையும் எழுப்பிவிடாத படி
நான் என் ரீங்காரத்தை நிறுத்திக்கொண்டேன்

தேவதையின் கரங்களும் சூரியகாந்தியின் மணமும்

தடமறியாது அலைந்து கொண்டிருந்த
குருடான வாழ்வில்
என்ன செய்து விட முடியும் ?
யாரிடம் மன்றாடி அழுது புலம்புவது,
கடவுள் இல்லை நிச்சயமாக! உணர்கிறேன்
ஒரு வேளை இருந்திருந்தால்
இந்நேரம் எனது அழுகைக்காவது
என்னை இந்த வாழ்வில் இருந்து விடுவித்திருப்பான்..
ஆம், அவனோ அவளோ கடவுள் இல்லை
கடலிடமே அழுது கொண்டிருக்கிறேன்!

ஏதோ பேசுகிறது
என் கால்களைக் கொஞ்சமாக ஈரமாக்கி
என்னை ஆறுதல்படுத்துகிறது..
சட்டெனத் திரும்புகையில்,
நிச்சயம், அது
தேவதையின் கரங்களாக இருக்க கூடும்.

என் முகத்தை
அதன் கைகளால் மூடிக்கொண்டது ,
ஆயிரமாயிரம் சூரியகாந்தியின்
தடவல்கள் போல் உணர்கிறேன்.
என் கண்ணீரை அந்தக் கைகள் உலர்த்துகிறது..

கண்விழித்துப் பார்க்க எல்லாமும்
அதே வெறுமையாகவே இருகிறது
அந்த தேவதையின் கரங்கள்
என்னைப் பற்றிக்கொண்ட பொழுது வந்த மணம்..

ஏதோ உணர்கிறேன்...
இந்தக் கடலிடம் கொஞ்சம் முத்தங்களைப்
பரிமாறிக்கொள்கிறேன்...
அந்தக் கடல் தண்ணீரெங்கும் சூரியகாந்தியின் மணம்...
ஆம், தேவதையின் கரங்களில் வந்த அதே மணம்.
இப்பொழுது கடல் முழுவதும்
தேவதையின் கரங்கள் தான்

எப்படி இருந்திருக்கும்?

ஏதோ ஏதோ நினைவுகள் இருள் சூழ்ந்த வானில்
என்னவாக இருந்து விடப் போகிறது

அவன் அம்மாவின் சேலை வாசம்
எப்படி இருந்திருக்கும் ?

அவள் விரல் பிடித்து நடந்திருந்தால்
எத்தனை சுகமானதாக இருந்திருக்கும்?

அம்மா கைப்பிடித்து பள்ளிக்குப் போகும்
பிள்ளைகளில் இவனும்
ஒரு பிள்ளையாக இருந்திருந்தால்,
எப்படி இருந்திருக்கும்?

அவள் தோளில் சாய்ந்து பேருந்தின்
ஜன்னலோரமாகப் பயணித்திருந்தால்
எப்படி இருந்திருக்கும்?

பள்ளி முடிந்து பெருமழையில் நனைந்து நடுங்கி வர
முந்தானையில் தலை துவட்டி
செல்ல திட்டுகளால் அன்பு செய்திருந்தால்
எப்படி இருந்திருக்கும்?

பசியில் உறங்கிப் போக,
அம்மையும் அப்பனும் அவனுக்கு
தூக்கம் கலைந்து விடாதுஊட்டி
உறங்க வைத்திருந்தால்
எப்படி இருந்திருக்கும்?
என்ன செய்ய ?
கனவிலாவது இதெல்லாம்
நடந்து விடாதா அவனுக்கு.

அப்படி நடக்கும் பொழுது
அந்தக் கனவு கலைந்துவிடாது
இருந்தால் எப்படி இருக்கும்?

அவள் அவனை இத்தனை கேள்விகளை
யோசிக்க வைக்காமல் இருந்திருந்தால்
எப்படி இருந்திருக்கும்?
நிச்சயம் இப்படி இருந்திருக்காது அவன் வாழ்வு !

சிகப்பு ரோஜாக்கள்

ரேடியோவில் சொன்னது போலவே
புயல் காற்றுடன் மழை வந்தது.

அவன் பக்கத்தில் இருந்த பூக்கடையின்
கூரைகள் வீசியெறியப்பட்டது

சைக்கிளில் சென்ற செட்டியார் தாத்தாவை
அந்தப் புயல் காற்று கொஞ்சம்
அசைத்துப் பார்த்தது.

அத்தனை புயல் காற்றும் மழையும்
அவன் மனப்புழுக்கத்தை ஒன்றும் செய்யவில்லை

பூக்கடையில் வீசியெறியப்பட்ட
அந்த சிகப்பு ரோஜாக்கள்
அவன் மனைவியின் சவ ஊர்வலத்தை
நினைவுப்படுத்தியது.

என்ன செய்து விட முடியும் அவனால்,
அந்த உதிரிப்பூக்களை கொஞ்சம்
வாரி வீசினான்.

மழையில் நனைய நனைய இன்னும்
உள்ளே புழுங்கிக் கொண்டே நடந்தான்.

யாரைக் கூப்பிடுவது?

கால்களில் இருந்து சீழ் வடிந்துகொண்டே இருந்தது
ஆரம்பத்தில் இருந்ததை விட மோசமாகவே
துடைக்கலாம் என்றால்,
கைகளை மார்புக்குக் கீழாக நீட்ட முடியாது
எத்தனையோ முறை முயற்சித்தும்
குனிந்து முட்டிக்குக் கீழாக கொஞ்சம் கூட
வலது கை இறங்கவில்லை,
யாரைக் கூப்பிடுவது ? மகனையா?
பற்களைக் கடித்துக்கொண்டு வெறிப்பிடித்து
என் கை எலும்புகளை நீட்டி இழுப்பானே !
வேறு யாரைக் கூப்பிடுவது ? மகளையா?
செத்தா சேதி மட்டும் அனுப்புனு
சொல்லிட்டு போனவதான அவ,
ஒரே ஒரு முறை மகளின் சின்ன வயது
போட்டோவை பார்த்து சிரித்துக் கொண்டார்,
வேறு யாரைக் கூப்பிடுவது? மருமகளையா ?

எப்ப சத்தம் போடாம வீடு அமைதியாகும்னு
ஒரு முறை முனுமுனுத்ததை
நினைத்துக்கொண்டார்.
அவசரமாக அந்தக் கவலைகளை மறக்க
சிறுநீர் முட்டிக்கொண்டு வந்தது,
கட்டிலில் இருந்து கால் தரையில் படும்
முன்னமே சிறுநீர் தரையைத் தொட்டிருந்தது !
தெருவுக்கும் அவர் படுத்திருந்த கட்டிலுக்கும்
கதவு இல்லாத ஒரு சுவர்தான் தூரம்
கூப்பிடாமலே உள்ளே வந்த தெரு நாய்
அவர் கால்களை நக்கி கொண்டிருந்தது
அவர் அந்த நாயை விரட்டவே இல்லை !

யார் தாலாட்டுவது?

ஆறுதல் சொல்லுவதால் அவன் தற்கொலை
முடிவை மாற்றுவதாக இல்லை

அவனுக்கு, ஆறுதல் சொல்வதாக நினைத்து
அவர்களே கொஞ்சம் கொஞ்சமாக
கழுத்தில் கயிறை இறுக்கி கொண்டிருந்தனர்.

நாளை அவனைத் தூக்கி நிறுத்தப் போகும்
மரத்திற்கு ஒரு முறை தண்ணீர் இறைக்க
நினைத்தான்.

ஆம்,அவன் தொட்டிலில் தூங்கிய
அதே மரம் தான்.
அவனை இப்போ யார் தாலாட்டுவது?
பெருங்காற்றிலும் கால்கள் தரையில் படாமல்
கிளைகள் அவனைத் தாலாட்டிக்கொண்டிருந்தது.

மனிதர்களைக் காட்டிலும் , அந்தக் கிளைகள்
அவனைக் கைவிடுவதாக இல்லை.

தற்கொலைக்கு முற்படும் பொழுதுகள்

தற்கொலைக்கு முற்படும் பொழுதெல்லாம்
மனம் நினைத்துக்கொள்வது இதைத் தான்,
ஒரு முறையாவது
என் அசைவற்ற கால்களை
அவளது கைகளும்,
எனக்கான அந்த ஒரு துளிக் கண்ணீரும்,
அசைவற்றுக் குளிர்ந்து போன
இந்த உடலை சிலிர்க்க செய்யாதோ!
என்னைத் தொடும் பொழுது
அவளுக்குள் நான் மட்டுமே இருக்க வேண்டும்.

என் கல்லறையை எழுப்பிவிடு

உன் நினைவுகள் இல்லாத நாள்
எதுவாக இருந்துவிடப் போகிறது சகி!
நீ இல்லாத விடியல்களை
என் அறையில் சூரியன் சந்தித்தது போதும்,
நாம் கதைகள் பேசிய
பௌர்ணமி இரவு ஒன்றை நினைத்து கொள்கிறேன்.
நீ வரும் கனவுகளில்
என்னைப் பிடித்து வைத்துக்கொள்,
உன் முடிகளால் ஆன,
காட்டிற்குள் தொலைந்து போகிறேன் சகி!
உன் வாசம் மட்டும் வீசும்
அந்த உலகம் போதும், அதில் என் கல்லறையை
எழுப்பிவிடு.

நீ முத்தமிட்ட ஆணிகளால் அறைந்துவிடு

ஒவ்வொரு முறையும்
உன் நினைவுகளால் தகித்துப் போகிறேன் சகி
எழ முடியவில்லை ! சவப்பெட்டியில்
ஆணிகள் பலமாக அறையப்பட்டுள்ளன
உன் தேவதை கரங்களால்
என்னை விடுவித்துவிடு இல்லையேல்,
யாராலும் அறியப்படாத
உன் மனதின்
ரகசிய அறையில் இருக்கும் சிலுவையில்,
நீ முத்தமிட்ட
ஆணிகளால் அறைந்துவிடு.

கடிகார முட்களின் புணர்வு

கடிகார முள்,
நடுசாம இரவைத் தொடும் சப்தம்,
வெறுமையான, அறையெங்கும் கேட்டுக் கொண்டு
இருந்தது.
அந்த இரவைக் குளிரச் செய்த பெருமழை
நிச்சயம், ஒரு தேவதையின் கண்ணீராக இருக்கக் கூடும்
சன்னலின் வெளியே பெருமழை
சகியின் கைகளில் பட்டுத்தெறிக்கும் பொழுது,
கடிகார முட்கள் ஒன்றோடு ஒன்று
சப்தமின்றிப் புணர்ந்து கொண்டிருந்தது.
சகியின் பின்னங்கழுத்தில் முத்தமிட்ட பொழுது
பெருமழையின் சப்தம் முனகளில் மூழ்கிப்போனது.
பெருமழை ஓய்ந்து போக
சொட்டுச் சொட்டாக வழிந்து கொண்டிருந்த மழையின்
சப்தத்தை
சகியின் ஒற்றை முத்தம் கிறங்கடித்தது.

மரங்களின் புழுக்கம்

மனதின் புழுக்கத்தைப் போக்க
யாரிடமாவது கதறி அழ வேண்டும் போல் இருந்தது.

ஒவ்வொரு மரங்களுக்குக் கீழும் நின்று பார்த்தான்
எந்த மரங்களும் இரக்கப்பட்டு
ஒரு சிறு அசைவு கூடக் காட்டுவதாக இல்லை.
அவன் கண்ணீர்
அதன் வேர்களைக் குளிரச் செய்திருப்பதை போல்,
அவனுக்காகவே ஒரே ஒரு முறை தலையசைத்து,
மஞ்சள் பூக்களை வாரி இறைத்தது.

அதன் உடம்பை,
ஒரு முறை கட்டியணத்து முத்தமிட்டான்.
இலைகளுக்குள் பொத்திவைத்திருந்த கண்ணீர்
அவன் கைகளில் பட்டுத் தெறிக்க
மீண்டும் ஒரு முத்தமிட்டு நகர்ந்தான்.

ஒற்றைச் சிறகு பட்டாம்பூச்சி

எவ்வளவு தூரம் முயற்சித்தும்
தார் சாலையில் ஒட்டியிருந்த
பட்டாம்பூச்சியின் இன்னொரு இறக்கையை
அதனால் எடுக்க முடியவில்லை..

பெரும் போராட்டத்தோடு
அதன் சிறகு விரிக்கும்
ஆசை ரோட்டோடு முடிந்து போனது.

தார் சாலைக்கு பட்டாம்பூச்சியின்
நிறத்தின் மீது பெரும் காதல் இருக்கக்கூடும்
அதன் வண்ணத்தைத்
தன்னோடு வைத்துக்கொண்டது
அதன் இறக்கையையும் சேர்த்து

கைகளால் பட்டாம்பூச்சியைப்
பறக்க விட்டுப் பார்த்தேன்.
பறப்பதற்கு இறக்கைகள் வேண்டுமா
என்பது போல் பார்த்தது

தனியான ஒற்றைப் பனைமரத்தில் சாய்ந்து கொண்டது.
அதன் பக்கத்தில் நானும் உட்கார்ந்து கொண்டேன்.

இன்னும் பட்டாம்பூச்சியின் ஒற்றை சிறகு
அசைந்து கொண்டேதான் இருந்தது தார் சாலையில்..
அசைவற்றுக் கிடந்த பட்டாம்பூச்சியை
அதன் சிறகோடு ஒட்டவைத்துப் பார்த்தேன்

தார்சாலையில் பட்டாம்பூச்சின் சவத்தை
தூக்கியபடி பறக்க ஆரம்பித்திருந்தது

தட்டான்களினூடே

படபடவென பறந்தும் பறக்காமலும்
அசைந்தது தட்டான் கூட்டங்கள்
வானத்தை அண்ணார்ந்து பார்த்தால்
பகல் நட்சத்திரங்கள் மின்னுவது போல் இருந்தது.

சில தட்டான்கள் மட்டும்
ஏதோ சுமைகளால் ஊர்வது போல் பறந்தது
வாழ வெறுத்த தட்டான்களினூடே
மெல்ல நானும் ஊர்ந்து போக ஆரம்பித்திருந்தேன்..

சுமைகளை என் மீது இறக்கி வைத்து
படபடவெனப் பறந்து போனது தட்டான்
பதிலுக்கு நானும் ஒரு தட்டானை வசப்படுத்தி
அதன் இறகுகளைத் தடவிக் கொடுத்தேன்
பறந்து மேலே போனது ...
நான் அதைப் பார்த்தபடி நடக்கத் தொடங்கினேன் ...

என் சுமைகளை ஏற்றிப் பறந்த தட்டான்
காக்கையின் அலகில் நசுங்கி
தடவிக் கொடுத்த இறக்கைகள்
என் தோளில் வந்தமர்ந்தன
தட்டானின் சுமையை
பதிலுக்கு என்மீது இறக்கி வைத்தது
நான் மறுபடியும் ஊர்ந்து போக ஆரம்பித்தேன்.

கடல் தேவதை

அவன் இருள் காட்டில் தனித்து விடப்பட்டு இருந்தான்
கைகளைப் பார்க்கும் பொழுது
அதில் வியர்வை படியும் வரை
எந்தக் கைகளும் இணைந்ததில்லை,
மாறாக அவனது கைகளில் ரத்தக்கறைகள்
ஈரமாக்கியிருந்தது அவனது கைகளை
கண்களைத் துடைத்துக்கொண்டான்
அப்பொழுதும் அவனது கண்ணில்
இரத்தம் நிற்காமல் வந்தபடி தான் இருந்தது
ஒரு கட்டத்தில் அவன் கைகளை
அந்தக் கடல் நீரில் கழுவச்செய்தான்.
ஏதோ பல ஆயிரம் கரங்கள் அவனை சூழ்ந்தது ...
அவனது கழுத்தை ~ கால்களை ~
கைகளை ~ பிடித்துக்கொண்டது !
கண்களில் இரத்தம் நின்றது போல உணர்ந்தான் .
வியர்வையோ இரத்தமோ படிந்த
ஏதோ ஒரு கரங்களை
ஆறுதலாகப் பிடித்துக்கொள்ளவே
நினைக்கிறான்.

கல்லறை பூக்கள்

யாரையும் தேடாத வாழ்வின் நாட்களை
வாழ பழகி கொள்வது
ஆகபெரும் ஆசுவாசமானதாக இருக்கிறது
எந்த வித ஏக்கத்தையும் ஏமாற்றத்தையும்
ஏற்படுத்திடாது,
வாழ்வின் எல்லா நிலைகளிலும்
தனிமையை உணரத்தொடங்கிய பின்பு
உடன் இருப்பதும் போவதும்
எனக்காக என் கல்லறையின் மீது
வைக்கப்படும் பூக்களை பொறுத்தே
முடிவாகட்டும்

சுருக்கு கயிற்றின் முனையில்

தள்ளிப்போடும்
தற்கொலையின் பொழுது
பட்டாம்பூச்சி ஒன்று
ஆசுவாசமாக உட்கார்ந்து கொண்டிருக்கிறது
சுருக்கு கயிற்றின் முனையில்

நான்கு கால்களின் தாலாட்டு

யாருமற்ற காட்டில்
அவன் தேடி அலைந்த அமைதி அவனை
கண்டுக்கொண்டது
சற்று நேரத்தில்
கால்கள் காற்றில் ஆடிக்கொண்டிருந்தன
காற்றும் அதற்கேற்றபடி இசைத்துக் கொண்டிருந்தது.
மரத்தின் கைகள் அவன் கழுத்தில் ஆறுதலாக
இறுக்கமாகப் பிடித்துக்கொண்டது
நிச்சயம் அவனை விடுவதாயில்லை
அத்தனை அன்பு கொண்டது தான் அந்தக் கிளைகள்
ஆனால் , அவனுக்கு அந்த அமைதி சந்தோஷமில்லை
ஒரு குறை இருந்தபடி இருந்தது
கயிற்றின் நுனி கிளையின் மறுபக்கத்தில்
தேவதையைத் தாலாட்டிக் கொண்டிருந்தது
அவள் சிரித்துக் கொண்டே இன்னும் வேகமாக ஆட
அவன் கழுத்து இன்னும் கீழ் இறங்கியதும்
அவன் கொஞ்சம் சிரிக்க தொடங்கியிருந்தான்
அந்த நான்கு கால்களும் அந்த இருள் காட்டில்
காற்றுக்கு ஏத்தபடி ஆடிக்கொண்டே இருந்தது.

மரணித்த கண்களில் நட்சத்திரம்

மரணம் என்பது பெருந்தூரமெல்லாம் இல்லை!
நிலத்திலிருந்து நட்சத்திரத்தைப் பார்க்கும் பொழுது
மறைக்கும் மேகத்துக்கும் நட்சத்திரத்திற்குமான
தூரமாக என்று நினைத்தால் அதுவும் இல்லை !
வேறு என்ன ?
எதுவாயினும் மரணம் ஒரு சுகமே
ஒரு பிடிப்புக்கு கைகள் இன்றி மரணித்து போகும்
நொடிகளுக்கு எத்தனை போலி முகங்கள் வேண்டும்...
ஒரு வேளை அந்த மேகம் நகர்ந்தால் ?
அந்த நட்சத்திரத்தை அவன் படுத்த படி
பார்த்துக்கொண்டிருந்தால் ?
அப்படியாக அவனது உயிர் பிரியட்டும் !
நட்சத்திரம் ஒளிர்ந்து மின்னிக்கொண்டே இருக்கட்டும்
திறந்த படி மரணித்துப் போன அவன் கண்ணிகளில் !

மரணத்தின் ஓலம்

நினைவுகளால்
தொடர்ந்து கேட்கும் மரணங்களின் ஓலம்
அவனுக்குத் தெம்பூட்டியது
இன்னும் தனிமையில் பயணிக்க வைத்தது
இரவுகளில் சகியின் நினைவுகளுக்குத்
துணையாக மரணங்களின் நிழல்.
அவன் சிரித்துக் கொண்டிருக்கிறான்
மரண ஓலம் அவனுக்கும் கேட்கிறது.
அந்த ஓலத்தின் சத்தத்தை
அவனை உணர்ந்தால் மட்டுமே
கேட்க முடியும்
அப்படிக் கேட்டால்
ஒரு முறை அவன் கைகளைப் பற்றிக்கொள்
ஒரே ஒரு முறையாவது போதும்.

பவளமல்லி பூத்திருக்கும் உன் கைக்குட்டை

பட்டாம்பூச்சி விட்டுச்சென்ற
வண்ணங்களில்
உன் நினைவுகளை தேடுகிறேன்
மழைநீர் உலர்ந்த பின்னும்
கண்ணீரின் ஈரம் காயவில்லை
வீசியெறிந்த கைக்குட்டையின்
உனக்கு பிடித்த பவளமல்லி
பூத்துக்கொண்டிருந்தது
மீண்டும் விதைக்குமா என்றெல்லாம்
நினைத்து பார்க்க முடியாத
தூரம் உன் நினைவுகளை
என்னிடம் இருந்து அறுத்துச்செல்கிறாய்
எப்பொழுதோ நம்மை பார்த்திருந்த
நாய்க்குட்டி ஒன்று என் மீது சாய்ந்து கொண்டிருக்கிறது .

இசை

தன் கால்களை ஒரு போதும்
உணராதவனின் காதுகளில்
ரயில் பூச்சியின்
காலடிச்சப்தங்கள் இசைக்க தொடங்கியிருந்தது
அவன் நூறு கால்களால் அதனோடு
பாடிக்கொண்டிருக்கிறான்.

சவத்தின் வெப்பம்

குளிர் வீசும் வெயில்கால இரவுகள்
அத்தனை சுகம்தான்
மூன்றாம்பிறையின்
அழகோடு சகியுடனான நினைவுகள்
வளர்ந்து கொண்டே இருந்தது
அதிகாலைக் குளிரில் நடுங்கிக் கொண்டிருந்த
சகியுடனான நினைவுகளை
எரியூட்டப்பட்ட அவனது சவத்தின் வெப்பம்
தனித்திருந்தது

மயான அமைதி

அமைதி தான் அவனது உலகமா?
நிச்சயம் அவனுக்கு அந்த உலகம் புடிக்கும்
ஆனால் அவனது உலகமெல்லாம்

அவள் அணைப்பில், பேச்சில்
அவளுடனான அந்த உரையாடலில்
அத்தனை அமைதிகளை அனுபவித்தான்..

காதில் ரகசியம் சொல்லும் போது
இவன் பிடித்து வைத்துக்கொண்ட அவளின் மூச்சை
இப்பொழுது அவள் இல்லாத நிமிடங்களில்
உணர்கிறான் அந்த மயான அமைதியை....

காத்திருப்பு

பகலை விட இரவுக்காக
அதிகம் காத்திருந்தான்
உறக்கத்திற்காக ஏங்கிக் காத்திருந்தான்

கடவுளை சபித்துக்கொள்ளாத நாள்
ஒன்றில்
எந்த கைகளும் அவன் உறக்கத்தை களைக்க முடியாது
ஆழ்ந்த உறக்கத்தில் இருந்தான்

கடவுளுக்கும் அன்பு காட்டுதல்
அவசியமானதாகவே இருக்கிறது.

மயான வீடு

புழுக்களுக்கும் கரையான்களுக்கும்
அவ்வளவு பிரியம் அவன் மீது

அப்பொழுது கூட வலிகள் ஏதும் இல்லை
அவன் கண்களைக் கரையான்கள்
துளையிடும் பொழுது கூட
சிரித்தபடியே தான் உறங்கிக் கொண்டிருந்தான்..

ஆதிகால வாழ்வில் அவன் ஏங்கித்
தவித்திருந்த அன்பின்
நிம்மதி அவனுக்குக் கிடைத்திருந்தது....

மனிதர்கள் நுழையாது
அவன் மட்டுமே வாழும்
அந்த மயான வீட்டில்

மௌனம் நிறைந்த அறை

அந்த அறைகள் அவ்வளவு பெரியது இல்லை
ஆனால் அவர்களுக்கிடையே நிறைய
இடைவெளிகள் இருந்தது.
மௌனம் நிறைந்திருந்த
அறை முழுவதும்
பேசிக்கொள்ளவும், கொஞ்சிக்கொள்ளவும்
நிறையவே இருந்தது
அமைதி நிறைந்த அறையில்
முத்தங்கள் அதை நிரப்பிவிட்டன...
காதலும் காமமும் வேறில்லை என்று
சொல்லிக்கொண்டே தேகங்கள்
கூடிக்கொண்டன
மௌனங்களும் , மூச்சுக்காற்றும்
முன்னமே புணர்வுகொள்ளத் தொடங்கியிருந்தது.

வாசிப்புக்குப் பிறகு

அவன் கவிகளை எழுத
பெரிய அளவில் கஷ்டப்படவில்லை..
வார்த்தைகளின் கோர்வையாகவே
எழுதிக்கொண்டிருந்தான்,
சகியின் வாசிப்புக்குப் பிறகு தான்
அது கவிதையானதை உணர்ந்தான்
அவன் வாழ்வையும் அப்படியாக
வாசிக்கக் கேட்டுக்கொண்டான்...
எல்லாமும் ரசிக்கத் தொடங்கியிருந்தான்
அவளின் பிரிவையும்

ஒரு முறை

நிஜம் தான்
இந்த மரம் அத்தனை அன்பானது
இலைகள் உதிர்ந்த பொழுதும்
காற்றுடன் பேசுகிறது,
இரவில் விரட்டியடிக்கப்பட்ட
அந்தப் பெரும் தாடியுடையவனை
அணைத்துக்கொள்கிறது,
மழையில் நனைந்து நடுங்கி கொண்டிருக்கும்
நாய்க்கு அண்ட இடம் கொடுக்கிறது
இலைகள் இல்லைதான் என்ன செய்வது,
ஒரு காதலர்களின் அடையாளமாக அவர்களின்
பெயரைத் தாங்கிக் கொண்டிருக்கிறது,
கூடவே அவனும் அவனது கவலைகளை
மௌனமாகக் கொட்டித் தீர்த்துக் கொண்டிருந்தான்
ஒரே ஒரு முறை தலையசைத்தது.

தூரங்களை ஒன்றாகவே கடந்தோம்..

தூரங்கள் ஒன்றாகவே கடந்து போனது
ஒரு போர்வைக்குள் தொடங்கி
ஒரு போர்வைக்குள் அடங்கிக் கொண்டு கடலைப்
பார்ப்பது
இன்னும் நாம் கடலுக்குள் நீந்தவே இல்லை என்பது
போல் இருக்கிறது
மீன்களுக்கு முத்தமிட்டு
அந்த சிறு படகில் ஏறிக்கொள்வோம்
மறுபடியும் கரை வந்து சேர்வோம்
படகு இருந்தாலும் இல்லையென்றாலும்
அப்பொழுதும் போர்வையை விட்டு விலகாதே

கரை ஒதுங்குதல்...

கடற்கரைக்கு
ஒரு நாளும் போகாதவனைத்
தேடி
கரை ஒதுங்கியது கடல் மீன்கள்
தெருவோர மீன்கடையில்

கூண்டுக்கட்டிடம்

வானம் தொடும் கூண்டுகள்
மனிதர்களின் வாழிடம்.
மேகங்களை முத்தமிடும் சிறகிழந்த
பறவையின் உயரப்பறக்கும்
கனவுக்கானது இந்தக் கூண்டு கட்டிடம்.

யாருக்கும் தொந்தரவின்றி

யாருக்கும் தொந்தரவின்றி எல்லாரும்
அவரவர் வேலைகளைப் பார்த்துக்கொண்டிருந்தனர்
மீனவர், வலையில் இருந்து மீன்களை எடுத்தபடி,
மனைவி அதை "ம்மா மீன் வாங்கினு போம்மா",
"சார்ர்ர் மீனு வாங்கினு போ சார்ர்",
குழந்தையின் விரல் மணலில்
மனதில் வந்த கவிதைகளை
ஓவியங்களாக வரைந்து கொண்டிருக்கிறது,
ஒற்றைக் காகம் ,வீசியெறியும் துண்டு மீனுக்காகக்
காத்திருக்கிறது.
இவை எல்லாவற்றையும் மீறி
அந்தக் கடல் இவர்களுக்காக அதுபோக்கில்
கரைவந்து பார்த்துச் செல்கிறது....
யாருக்கும் தொந்தரவின்றி....

தனிமையின் விலகல்...

அசைவற்றுக் கிடக்கும்
அவன் குளிர்ந்த சடலத்தின் மீது
யாரேனும் கைபதித்து
ஆறுதல் படுத்த விரும்புகிறான்
யாரேனும்......
கைகள் பதித்து ஒரு பிடி மண்
அவனுக்குத் துணையாக வைத்தாவது செல்லுங்கள்,
அவனது தனிமை அந்த
பிடி மண்ணின் சூட்டிலாவது
விலகிக்கொள்ளட்டும்.

தரையிறங்கிய தேவதை..

வானுயர்ந்து நிற்கும்
கண்ணாடிக் கட்டிடத்தை அண்ணார்ந்து பார்த்துப் போகும்
மனிதர்கள் பறக்கும் ஓம்ஆர் சாலையில்,
யாரை நம்பி,
எதற்காக இந்தக் கைகள் ஏங்கி நிற்கின்றது.
ஒரு டீ போதுமானதுதான்,
உள்ளங்கைகளில் சூடு கூடுவதற்கு,
வேறென்ன மறுகையால் தேய்த்து
கன்னங்களுக்குள் பொத்தி
கண்களை மூடிக்கொள்ள வேண்டியது தான்.
யாருக்காவது ஏங்கி வலி கூடிவிட்டது ,
கண்ணீர் மிச்சமில்லை.
அந்த வானுயர்ந்த கட்டிடத்தை
அண்ணார்ந்து பார்க்கும் பொழுது
தேவதை சிறகு விரித்துத்
தரையிறங்கிக் கொண்டிருந்தாள்.

உன் கள்ளச்சிரிப்பின் போர்...

சாய்ந்துக்கொள்ளத் தோள்கள்
எப்பொழுதும் எல்லோருக்குமாக
கிடைக்கப்பெருவதில்லை
மனம் முழுக்க கவலைகளை மறந்து
ஒரு நொடி தலை சாய்க்கும்
பொழுது வாழ்வின் எல்லை கொஞ்சம்
நீளட்டுமே
ஏதும் பேசாமல் தோள்களில்
உன் தலை சாய்த்துக்கொள்
உன் மௌன யுத்தங்களில் போர்களின்றி
நான் பார்த்துக்கொள்கிறேன்.
எனக்குத் தெரியாமலே ஆயுதங்களின்றி
உன் கள்ளச்சிரிப்பு எனக்குள்
என் இதயத்துடிப்புடன் போரிட்டுக்கொண்டிருக்கிறது.

உன் கைகளுக்குள் புதைந்துகொள்கிறேன்..

எதை நான் கேட்கப் போகிறேன்
உனை நீங்காது எனக்குள்ளே
உன் பேச்சோசைகள்
என் கைகள் தேடும் உன்
இருப்புகளைத் தாண்டி என்ன கேட்கப் போகிறேன்
என்னுடனே இரு ...
உன் பாதங்களில் முத்தமிட்டுக் கட்டிக்கொள்கிறேன்
எனை நேசித்திடாத
உலகில் எனக்கென இருக்கும்
உந்தன் கைகளுக்குள் புதைந்து
ஆசுவாசப்படுத்திக்கொள்கிறேன்.

உன் கருவிழிகளில் சூழ்ந்த கருமேகம்..

மழை வரக்கூடுமோ
கருமேகங்கள் நம்மை சூழுமோ
ஏமாற்றமின்றி மழை வரட்டும்
தயக்கமின்றி உன் நெற்றியில்
முத்தம் வைக்கிறேன்.

சத்தமின்றி உன் கருவிழிகளில்
கருமேகம் சூழ
என் இதயத்துடிப்புகளில் இடிமுழங்க
உன் கண்களை ஈரமாக்கிய அந்த
மழைத்துளியை மட்டும்
என் மார்போடு சேர்த்து விடு

மறுபடியும் உன் நெற்றியில் முத்தமிடுகிறேன் கண்மணி

எப்படி மறப்பது

ஒரு நாளும் மறந்துவிடும்
அளவிற்குள் அடங்காத
நினைவுகளினூடே வாழ்கிறேன்,
நெடுஞ்சாலைகளெங்கும் சிதறிக்கிடக்கும்
மஞ்சள் நிறப் பூவிற்கு உன் பெயர் சூட்டிக்கொள்கிறேன்..
அதிகாலை சூரியனும் இரவின் நிலவும்
நின் மடியில் சாய்ந்த நொடிகளை நினைவுபடுத்துகிறது,
மழை வரும் வேளையில்
உன் கைகளுக்குள் உண்டாக்கிய வெப்பத்திற்கு
ஏங்கித்தவிக்கிறேன்,
பிறகெப்படி நான் உன்னை மறப்பேன்.

நீ கடலாக நான் கரையாக

வலமிருந்து இடமாக
உன் பாத அழுத்தங்களில் என் பாதம் பதித்து
நடைபழகுகிறேன் சிறுபிள்ளையாக,
தெரிந்தும் தெரியாமலும்
உன் விரலோடு உரசும் பொழுது
என்ன வரம் பெற்றேனோ,
நின் பாதம்தொட்டு கரை வந்த மணல்களை
நீ உதற , என் கண்களுக்குள்
அது தஞ்சம் கொண்டதும்,
உன் மூச்சுக்காற்று
என் கண்களுக்குள் நிரம்பியிருக்கிறது.
கண்ணில் கடலுக்கு
உன் பாதம் தொட்ட மணல் கரையாகி நிற்கின்றது .
வா மீண்டும் கடலுக்குப் போவோம் ~ கரை வரை
நடப்போம்
நீ கடலாக நான் கரையாக இருக்கிறேன்.

தேவதையின் அழுகுரல்

ஓயாமல் கேட்டுக்கொண்டே இருக்கிறது
தேவதையில் அழுகுரல்,
எத்தனை சபிக்கப்பட்ட இரவு இது
பல இரவுகளுக்கு மட்டும் தெரிந்த
அழுது ஒடிந்து போன என்னை
அந்த தேவதைக் கரங்களால் பற்றிக்கொண்டவள் அவள்
அழுகுரல் கேட்டுக்கொண்டே இருக்கிறது,
தேவதையின் கண்ணீரை
முத்தமிட்டு கொள்கிறேன்

நிர்வாண மரத்தின் அரங்கேற்றம்

பெரும் மழையில்
யாருமற்ற தீண்டல்களில்
நிர்வாணமாக
மழையில் சுதந்திரமாகப்
பெயரிடப்படாத புது வித நடனத்தை
அரங்கேற்றிக்கொண்டிருந்தது
நிர்வாண மரம்

காற்று போதும் கண்ணீரை உலர்த்திவிட

யாரின் கைகளுக்காகவும்
ஏங்கி அழுத போதும்
கைகளற்றவனாக வாழ்ந்து போகிறேன்
கண்ணீரை துடைத்து மட்டும்
என்ன நடந்துவிடப் போகிறது
காற்று போதும் கண்ணீரை உலர்த்திவிட

மழலை தேவதையே...

நீ பேசும் பாஷையின்
மொழியும் அர்த்தமும் விளங்கிட
நான் உன்னைப்போல் மழலையாகிறேன்
உன் பிஞ்சு விரல்களின் நகக்கீறல்களில்
எனக்கான அன்பை விதைத்து
என் வலிகளை மறக்கச்செய்கிறாயே

காற்றின் கதைகள்.....

காற்றோடு கைகள் கோர்த்து
காற்றின் கதைகளைக் கேட்டு
விழியோரமாய் வெளியேறிய கண்ணீரை
அன்போடு மீட்டுக்கொண்டு செல்லும்
அதே காற்றை
எப்படிக் காதல் செய்யாமல் இருக்கமுடியும்.

தண்டவாளங்கள் பேசும் பாஷை....

ஒரு மனிதனும் பேசாத
அவனிடம்
இரயில் தண்டவாளங்கள் பேசத்தொடங்கியிருந்தது.
அதன் பாஷைகளைப் புரிந்தும் புரியாமலும்
சிரித்தபடி இருந்தது வீசியெறிப்பட்ட அவனது தலை.
தண்டவாளங்கள் ஒருசேரும் இடத்தில்
உடலும் கைகளும் இணைந்திருந்தது.

உயிர்த்தெழுதல்

மூன்றாம் நாளில் உயிர்த்தெழுதல் சாத்தியமோ
இல்லையோ
பசியிலும் தனிமையிலும்
வெறுத்து ஒடுக்கப்படுகையிலும்
மரணம் நெருங்கும் நிலையில்
நின் வரிகளை மனம் அடையும் பொழுது
ஆண்தேவதை உயிர்த்தெழுவாய்
உன் மீது கொலைப் பழி சுமத்தப்படாது
உன் மடியில் உயிர் பிரியட்டும்
ஆணிகளால் அறையப்படாத
கைகளால் தாங்கிக்கொள்
உன் வரிகளில் மண்டியிட்டு
கண்ணீர் சிந்துவோரை

கவிஞர் பிரான்சிஸ் கிருபா அவர்களுக்காக......

ஆயுள் ரேகை

முகமெங்கும் ஆயுள் ரேகை
வழித்தடங்கள்
சிரிப்பினில் விரியும்
கண்ணுக்குழி கருமேகங்களைக் கடந்து
தேங்கி நிற்கும்
சிறு துளி நீர்,
பெருமழைக்கு முன்னான தூறலின்
வெளிப்பாடோ

பட்டாம்பூச்சியின் எல்லை...

நீல வானம் நிறம் மாறுதே
உன் நினைவும் என்னை சேருதே
நம் பயணமும் இனிதாகுமே
என் கண்மணி !
வானத்தை மூடும் மேகமென்ன
என் எண்ணம்
உன்னாலே மாறிப்போனது
என் வாழ்வு இங்கு வண்ணமாய்
பட்டாம்பூச்சிக்கு வானம்
எல்லையாய் மாறுமோ?
மாறினால் உன் வண்ணமே
என் இறக்கைகளில் படர்ந்திருக்குமே

நிழல்

வெறிச்சோடிய வீதியில்
யாருடைய நிழலில்
தஞ்சமடைய நினைப்பது,
நிழல் இருக்க
தஞ்சமடைய யாரும் தேவையில்லையே
ஒரு சிறு நிழல் போதுமானது

உள்ளங்கை வெப்பம்

உன் கையைப்பிடித்து
போகிறேன் கண்மணி,
உடல் காற்றோடு கதை பேச
நான் உன் மூச்சுக்காற்றோடு
முன்னம் நகர்கிறேன்,
காற்றோடு
என் கண்ணீர் உன் மீது
பட்டுத்தெறிக்கும் கானல் நீராய்,
யாரால் இருந்து விட முடிந்தது
யாரும் இருந்திடவில்லை
இறுக்கமாகப் பிடித்துக்கொள்
அதை உணர்ந்துக்கொள்கிறேன்,
கைகளை விட்டுவிடாது பிடித்திருக்கிறேன்
வியர்வைகள் உள்ளங்கை வெப்பத்தை
தணிந்திருக்கட்டும்

எனக்குள் நீயாக

நீரோடையில் பாதங்களைப் புதைத்து
உன் சிரிப்புகளுக்குள்
என்னை அனுப்பி வைக்கிறேன்...
ஜிப்ரானும் ,நெருடாவின் வரிகளும்
உன்னை என்னிடமும்
என்னை உன்னிடமும் சேர்த்தன,
உச்சி மலைக்காற்றில்
மூச்சிரைத்து நிற்க , உன்
கைப்பிடித்து ஆசுவாசமடைந்தேன்
நான் நானாக இருக்கிறேன்
நீ எனக்குள் நீயாக மட்டுமே
வந்த நாள் முதல்

அலைகளுக்கு எட்டிய தூரம்

கரையில் எழுதும் எழுத்துகளில்
எப்பொழுதும் மனதில் இருப்பவர்களின்
பெயராகவே இருக்கக் கூடும்,
குழந்தைக்கு தனது பொம்மையின் பெயரையும்,
நண்டுகள் ஒவ்வொன்றும்
கண்ணாமூச்சி ஆட்டம் காட்டிக் கொண்டிருக்க,
ஒருவரை ஒருவர் பிடித்தவாறு அழுத்தம் கொண்ட
கைத்தடியின் ஆழமும்,
அலை அடித்து விடாத தூரத்தில்
சித்தாளு அப்பா கட்டிய மணல் கோட்டையில்
மகளின் பெயரை எழுத,
அலைகளுக்கு எட்டிய தூரத்தில்
நான் உன் பெயரை எழுதிக்கொண்டிருந்தேன்

மாடத்தின் விளக்கொளியில்

மேகத்திற்கும் பூமிக்குமான
மழையில் உன் நினைவுகளை
நனையச்செய்கிறேன்.
நீ இருக்கும் இடத்திலிருந்து
கைகளை நீட்டிக்கொள்.
என் கன்னங்களைக் கைகளுக்குள்
பொத்திக்கொள்கிறேன்
வீட்டு மாடத்தின் விளக்கொளியில்
உன் முகத்தை
நான் பார்த்துக்கொண்டிருக்கிறேன்
இங்கிருந்தபடியே

யாருமற்று

எல்லாமுமாய் யார் இருப்பார்கள்?
நினைவுகளுக்குள்ளாவது யாரேனும் இருந்துவிட
வேண்டும்,
செடிகளைக் கடந்து போகும் பொழுது,
மழையைக் கைகளுக்குள் பூட்டும் பொழுது,
பூவின் வாசத்தை உணரும் பொழுது,
கண்ணீர் உலர்ந்து போகும் பொழுது,
மரணத்தை ஏற்க்கும் பொழுது,
இதெல்லாம் நடக்கும் பொழுது
யாரேனும் உடன் இருந்துவிட ம
ண்டியிட்டு
தேவதையின் காலில் தலை சாய்க்கிறேன்.
இல்லை
யாருமற்று நான் உறங்கிபோகிறேன்

ஆசிர்வதிக்கப்பட்ட பறவை

காலமும் மேகமும் கடந்து போயிற்று
மழையோ பனியோ
இன்னும் கைகளை உறையச்செய்கிறது
கதகதப்பாய் கைகளைப் புதைத்து நடந்த சாலைகளில்
வெறுமனே நின்று பார்த்துக்கொண்டிருக்கிறேன்.
ஏதோ ஓர் சிலுவையில் இருந்து
தேவதை ஆசிர்வதிக்கப்பட்ட பறவை
கைகளை பிடித்துக்கொள்ளுமென,
அதே நினைவுகளுடன் காத்திருந்தேன்

பாதச்சிறகுகள்

மலைகள் காடுகள்
எல்லாவற்றையும் கடந்து
ஓய்ந்து போன இந்த பாதங்களின்
நிலம் வெடித்துக்கொண்டிருக்கிறது
அதிலிருந்து நினைவின் பறவை
விட்டுச்சென்ற இறகு ஒன்று
சிறகாகி அந்த
மலைகள் காடுகளெங்கும்
எனக்கான கதைகளை விட்டுச்செல்கிறது
அடர் காடுகளுக்குள்ளாகவும்
வறண்டு வெடித்துக்கொண்டிருந்த
நிலத்திற்குள்ளாகவும்
பெரும் பேய் மழை
பெய்ந்து ஓய்ந்திருந்தது.

பாட்டியின் பாதங்களுக்குள்...

ஜன்னல்களுக்கு அப்பால்

ஜன்னல்களுக்கு அப்பால்
சிறு வெளிச்சம் இருந்தபடியே இருக்கிறது .
வெளியே பார்ப்பதும்
இருட்டிலே இருப்பதும்
மனநிலையைப் பொறுத்தே,
உள்ளுக்குள் இருளில் வாழ்ந்து
வெளியே வெளிச்சத்தில்
உடலை மட்டும் நிறுத்துவதற்கு இருள் விடுவதாக
இல்லை,
தனிமையாக இருளிலே இருந்துவிடலாம்.
அவளின் மூச்சுக் காற்று மட்டும்
துணையகச் சுற்றி வந்தபடி இருக்கட்டும்

கரையில் அவர்கள்

கரையில் அவர்ளை நிறுத்தி
அலைகள் அலைகளோடு
பந்தயமிட்டுக் கொண்டிருந்தன
யார் முதலில் பேசப்போவதாக,
நண்டுகள் சீண்டிப்பார்த்தன
கைகள் இறுகப்பற்றிக்கொண்டன,
வீசும் காற்றில் மணல்கள்
முகத்தில் வீசியெறிய
ஒருவர் முகம் ஒருவர்
பார்த்துக்கொண்டனர்,
பந்தயத்தைக் களைந்து
அலைகள் அவர்களை வந்து சேர
கரையில் அவர்கள் கடலோடு
இணைந்திருந்தனர்.

நானும் கடலும்

இடைவெளிகளை நிரப்பிடுமே
உன் கோவங்கள்
செல்ல சண்டைகள்
யார் கோவப்பட்டு கடல் நீர் சிவக்கிறது
என்று தெரியவில்லை
எல்லாவற்றையும் கடந்து
மண்டியிட்டுக்கொள்கிறோம்
நானும் கடலும்

ஆறுதல்

எல்லா நேரங்களிலும்
எல்லாருக்கும் யாராவது ஆறுதலாக
இருந்துவிடுவதில்லை
இல்லாமலே இருந்துவிடட்டும்
அவர்களும் மனிதர்கள் தான்.
மனம் நனைந்து கொண்டிருக்கிறது
மழை நீரால்
அதுவே கொஞ்சம் ஆறுதலாக இருக்கிறது.

வானத்துக்கும் பூமிக்குமான இடையில்

உச்சி மலையில் காதோரமாக
வயலின் இசைக்க
சூரியனின் முதல் ஒளி படரும் பொழுது
அசைந்திடும் மரமும்
இரவு விலகி
அதே நினைவுகளோடு தேய்ந்து கொண்டிருந்த நிலவும்
வானத்துக்கும் பூமிக்குமான
இடையில் கொஞ்சம்
என் நடமாடும் பிணத்தை சாய்த்து கொண்டேன்.

அடைபடாத தேவதை

எவ்வளவு தேடியும்
பெட்டிக்குள் எந்தப் புத்தகத்தையும்
மனம் தேர்வு செய்ய விரும்பவில்லை
இன்னும் பெட்டிகளைத்
திறக்கத் திறக்க
மனம் அவளையே தேடிக்கொண்டிருக்கிறது.
அவள் இன்னும் எழுத்துக்குள்
அடைபடாத தேவதை
பெட்டிக்குள்ளும் கண்ணாடி அலமாரிக்குள்ளும்
அடங்கிவிடாத
பறவை அவள்,
அவள் சுதந்திரமாகப் பறக்கட்டும்
அவளுக்கு தேவதைகளின் இறக்கைகள் உண்டு.

நிறங்களற்ற மனிதர்கள்

நிறங்களற்ற மனிதர்களின் மனம்
எல்லாமும் கருப்பு மட்டுமே
கூட்டிச்செல்லவும், விழும்பொழுது தாங்கியது
நண்பர்களின் கைகள்.
எந்நேரமும் இருளாகவே
கடந்து போன பொழுதுகள்
அகத்தின் இருள் மெல்ல மெல்ல
வெளிச்சத்திடம் தஞ்சமடைந்தது
வலியால் அழுது அழுது
மரத்துப் போயிருந்தது
கருப்பு உலகில்
மனிதர்கள் எல்லாரும்
ஒரே மாதிரியாகவே தெரிந்தனர்.

உருவமற்ற நினைவுகள்

எல்லாவற்றையும் விட்டு
கடந்து வந்தாயிற்று
இருந்தும்
துரத்திக்கொண்டே இருக்கிறது
உருவமற்ற நினைவுகள்
மரணங்கள் அழுகைகள் சிரிப்புகள்
பேச்சுக் குரல்கள்
மூச்சுக்காற்றின் உணர்தல்
என எதுவும் விடுவதாக இல்லை
எல்லாவற்றையும் எங்காவது இறக்கி வைக்கலாம்
என்றால்
மனம் மறுக்கிறது
நினைவுகளை யாரால் கொல்லமுடியும்
கடலுக்குள் அனுப்பி வைக்கிறேன் கரையிலிருந்து
கடல் ஆழத்தில்
தேவதையின் மடியில் கிடக்கும்
என்னிடம் வந்து சேரட்டும்

தற்கொலையைத் தள்ளிப்போடலாம்

யாருமற்ற தனிமைப் பொழுதுகளை
கடந்து ஒரு விடியலைப் பார்ப்பது
அத்தனை கொடியது தான்..
ஒவ்வொரு நொடிகளிலும் மனம் திசைமாறி
அம்மாவின் புடவையையோ
கயிற்றையோ கொண்டு
கழுத்தில் சுருக்கிக் கொள்ள கூடும்...
அல்லது
சுவர்களுக்குள் அழுது தீர்த்து
வெறுத்துப் போகக்கூடும்
அல்லது
மனதிற்கு நெருக்கமானவர்களுக்கு
தற்கொலையிலிருந்து விடுவிக்க
ஒரு குறுஞ்செய்தி அனுப்பப்படும்...
அந்த நள்ளிரவுகளில் நம்மிடம் வந்து சேரும்
குறுஞ்செய்தியின் வெளிச்சம்
கொஞ்சம் தற்கொலையைத் தள்ளிப்போடலாம்...
ஆனாலும் சுருக்குக் கயிறும் புடவையும்
மேலே தொங்கிக்கொண்டே இருக்கட்டும்
அந்த தேவதை வந்து ஊஞ்சல் ஆடிக்கொள்ளட்டும்...

கரைக்கும் கடலுக்குமாக

நம் நினைவுகளைப் பிடித்துக்கொண்டு
கரைக்கும் கடலுக்குமாக
அலைகளுடன் அலைந்து
ஓய்ந்து போகிறேன்
கரையை வந்தடையும் போது
நுரையாகிக் கரைகிறேன்..
மீண்டும் நம் நினைவுகளுடன் கடலுக்குள் செல்கிறேன்...
நான் மீண்டும் வந்தடைவேன்
அங்கு தான் நம் சிரிப்புகளை சேர்த்த
சிப்பி இருக்கிறது.

கண்களை புதைக்கிறேன்

யாரிடமாவது தஞ்சமடைய
மனம் ஏங்குவதேன்?
நீ இருக்க நான் என்ன செய்ய
யாராவது உன்னைப்போல் என்னை
கட்டிக்கொள்வார்களா?
மனிதர்களை விட நீயே எனக்கு துணை!
ஆம் நீ மட்டுமே ~ ஏக்கம் கொள்ளும் போதெல்லாம்
உன்னை தேடி
அலைந்து ஓய்ந்து போய்
நின் மடி சாய்கிறேன்
கடல் தேவதையே
நின் கரங்களை எனக்காக ஒரு முறை
நீட்டிக்கொள்
நான் கண்களைப் புதைக்கிறேன்

உயிர்த்திருக்கும் பனித்துளி

அழுகையை தராத
இரவு ஒன்றில்
நிலவு பேசும் கதையில்
அவளின்
உடல் வெப்பத்தினை
உணரச் செய்யும் கதையினை
கேட்டுக்கொண்டிருக்கும்
என் சவத்தின் மீது பனித்துளி
உயிர்த்திருந்தது இன்னும்...

www.ingramcontent.com/pod-product-compliance
Lightning Source LLC
LaVergne TN
LVHW040826051026
849519LV00007BA/2759
9789355335678